AF816526

thơ khánh trường

SỚ

KHANH TRƯỜNG

Tặng cháu, Nina Hòa Bình Lê

thơ **khánh trường**

Bìa và phụ bản: tác giả

Hoàn chỉnh bìa: Tạ Quốc Quang

Hoàn chỉnh bản thảo: Song Thao

Dàn trang: Lê Giang trần

Copyright © Mở Nguồn & KT

ISBN: 979-8-8692-7308-6

Tôi làm thơ rất sớm, và nhiều, từ năm mười sáu tuổi đến nay đã ngót sáu mươi năm, nhưng vẫn nghĩ thơ mình tầm thường nên không công bố, làm chỉ cho riêng mình như một hình thức ghi lại những biến cố đã trải nghiệm hoặc ngẫu hứng, cốt vui. Đa phần khi làm xong tôi vất đâu đó. Một lần về thăm quê, cậu em trao cho tôi xấp giấy vàng ố, nói thơ của anh em tìm thấy, nay giao lại cho anh. Tôi nhìn tập giấy, nhớ lại những thời điểm xưa, và đọc, và vẫn như bao giờ, thất vọng, đã định hủy. Nhưng lại nghĩ, dù sao nó cũng đánh dấu một thời, nên ném vào xó tủ, và quên. Gần đây vì sức khỏe trở nên tồi tệ, tôi không thể ngồi lâu để gõ cho xong hai tiểu thuyết đang dang dở, buồn, tôi lục lại tập giấy và post lên fb, cốt cho có việc để làm, một cách giết thời giờ. Không ngờ lại được không ít bạn bè tán dương, kể cả những người làm thơ đã thành danh, tất cả đều khuyến khích tôi gom lại, xuất bản .

Bốn mươi hai năm trước, ngày mới đến Mỹ, tôi làm việc cho một nhà in nhỏ, nhà in ế, ông chủ bảo, KT quen nhiều người cầm bút, chắc cũng viết lách, vậy có gì in không, mình lên máy, *run*, cho đỡ chướng, chứ để máy móc im hơi lặng tiếng thế này kỳ quá. In, cái gì nhỉ? Nhớ lại những bài thơ nho nhỏ đã làm, bèn đánh máy, layout, vẽ bìa và in. Đó là tập *Đoản Thi Khánh Trường*, tập thơ ra đời không định trước, chỉ giản dị, nhắc lại, vì cái nhà in nơi tôi đang làm việc nó...ế! Bốn mươi hai năm đã trôi qua, tôi hoàn toàn không nghĩ sẽ trình làng một tập thơ nào nữa, vì lý do như đã nói, tôi làm thơ không xuất sắt, thêm hoặc bớt tôi thì cũng chả lợi hoặc hại gì cho nền thi ca tiếng Việt.
Nay bạn bè khích lệ, tôi thu tập và in.

Đã nhiều lần tôi nói, với tôi, vẽ, viết văn xuôi hay làm thơ chỉ cốt vui, không có tham vọng đi vào văn học sử. Tập thơ này cũng thế. Vui thôi mà.

mở

Khánh Trường

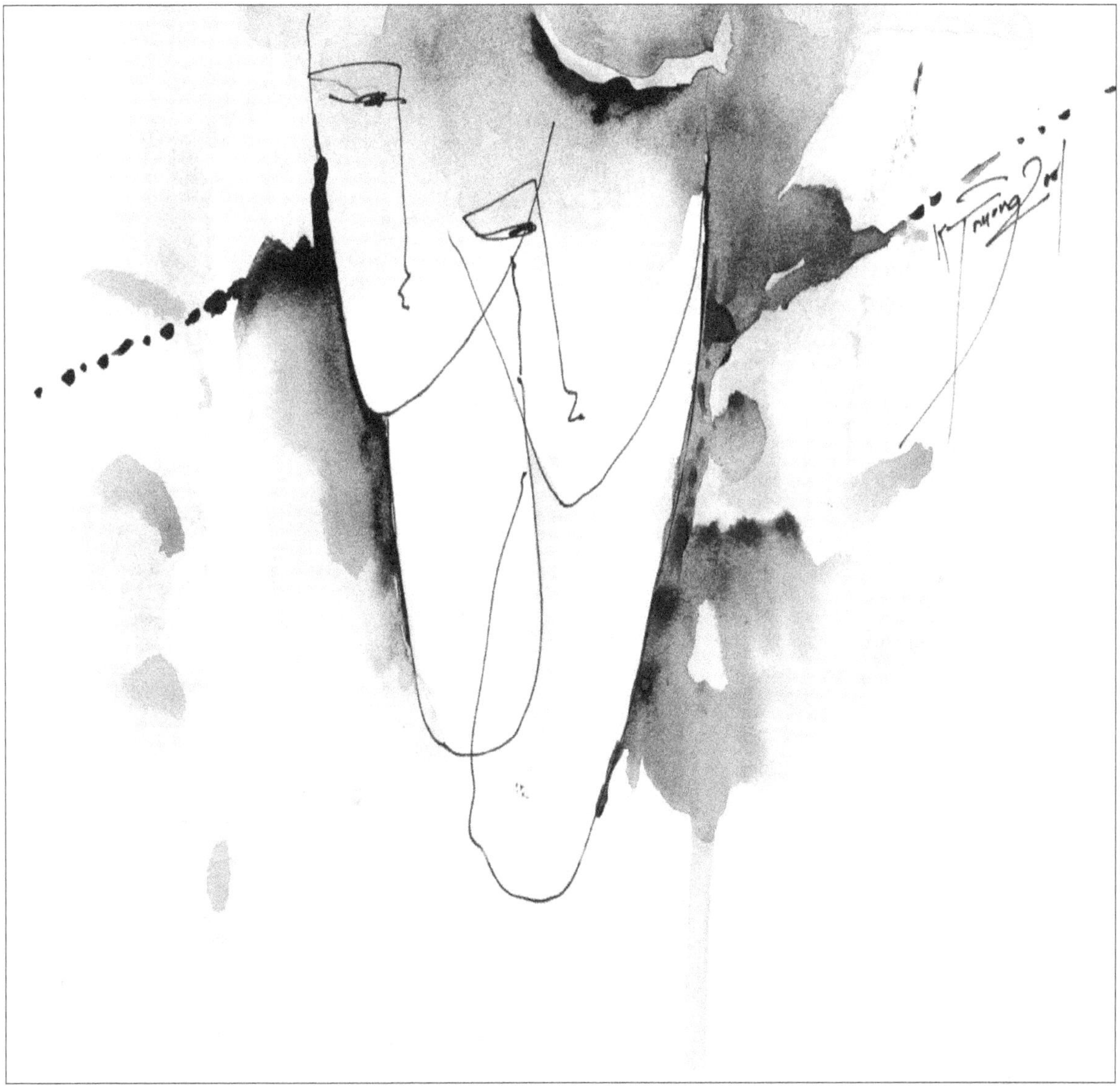

Những đoạn thơ ngắn bất chợt nẩy ra trong đầu.

Ngày xưa, giữa rừng già âm u những năm còn ở lính, hay đang cùng "chị em ta" bày cuộc mây mưa ở một ở một "động" nào đó trong thành phố sau nhiều tháng ăn sương nằm đất và đối diện hàng ngày với sinh tử máu me.

Giải ngủ, áo cơm lận đận.

Vượt biên, lơ ngơ đất lạ, trên xa lộ, ngoài *parling lot*, tại chỗ làm.

Trong *hospital* sau tai biến mạch máu não, giữa bốn vách tường trắng đục, bên cạnh giường các bệnh nhân cùng cảnh ngộ, giữa bầu khí vắng lặng như nghĩa trang.

Và những năm gần đây, trên ghế nằm chạy thận với hai cây kim to ghim vào mạch máu cùng dây nhợ chằng chịt,

Trong phòng khách vắng lặng khi ngày chưa lên, ngồi chờ xe rước vào *Dialysis Center,* hay ngoài *lobby* đợi xe đưa về nhà.

Ngay cả lúc đang làm vệ sinh hoặc ẩm thực: tắm, rửa mặt, chà răng, thay quần áo, cắn một trái cà pháo, gắp một đũa rau luộc...

ngẫu hứng

Những ngẫu hứng đến không hẹn trước được in trong tập *Đoản Thi Khánh Trường* đã xuất bản 40 năm trước, và những bài thơ ngắn nẩy sinh rải rác sau này, hoặc được lưu trên giấy hay chỉ nằm trong trí nhớ, bất chợt nhớ lại. Còn không ít những ngẫu hứng khác đã chìm vào quên lãng do tác giả không chủ tâm lưu giữ.

tuệ mai

một đài mai trắng nở
run bên bờ tử sinh
một đài mai trắng nở
rực sáng nghìn tạng kinh

ốc ma

ta như con ốc ma
ngủ dưới vầng hoa trắng
nghe thời gian chảy qua
sinh sinh
hóa hóa
vô cùng.

chiều mênh mông

gió đưa hương nồng
trong chiều mênh mông
nhà ai hoa bưởi
trắng rợp nghìn bông.

trên rào kẽm gai

ngồi trong hiên gió nhìn mông
thấy trên rào kẽm rợp bông bí vàng
những tờ lá nõn thênh thang
lả lơi gọi gió chừng đang cợt đùa
nghĩ đời lừa lọc tranh đua
ai bi ái ố được thua đã đầy
nhưng dù ngã chấp trùng vây
mầm vô ưu vẫn kín đầy đất thơm.

xanh rì cỏ khâu

các em nào khác chi tôi
loay hoay ăn ngủ đứng ngồi sân si
mai kia tàn héo xuân thì
các em rồi cũng xanh rì cỏ khâu.

cũng xong

thôi thế cũng xong
một đời ngang dọc
thôi thế cũng xong
dẫu buồn muốn khóc

kiếp cây

người là bóng mây
giăng ngang trời rộng
ta là kiếp cây
trên đồi gió lộng

người là cánh chim
bay ngoài biển rộng
ta đứng lặng chìm
ôm nỗi tình không

ôm chút tình không
ủ đời giá lạnh
như sợi nắng hồng
rơi ngoài mênh mông.

vấn

ta đã hỏi một nghìn lần có phải
túi càn khôn nằm giữa huyệt đen sì
nhưng vạn kiếp luân hồi xoay chuyển mãi
cả đất trời cũng nín lặng vô vi.

khi người lỡ hẹn

sáng nay trong quán đông người
ta như xác tượng biếng lười nói năng
sáng nay đời sống cùn mằn
ta con thú lạ nghiến răng ngậm sầu
thực tình đã hiểu từ lâu
yêu em là tự chuốc sầu chung thân
yêu em là đã nghìn lần
ta đưa ta đến mộ phần quạnh hiu
sáng nay đã mất ít nhiều
cái ta khinh bạc giữa triều tồn sinh

sáng nay xanh cỏ bia tình
có ta ngu dại giết mình thảm thương.

như nhiên

kìa vạt nắng trong
trải trên tàn lá
kìa như viên đá
phủ đầy rêu xanh
nghìn muôn triệu kiếp vãng sanh
như nhiên vô thủy đồng hành vô chung

chuyện tất nhiên

ta có nói gì đâu
dẫu người cầm dao đòi giết
người giết người
ồ chuyện tất nhiên

ta có nói gì đâu
dẫu mai gái đi lấy chồng
gái lấy chồng
cũng chuyện tất nhiên.

Mỏi mòn cuộc ta

Ngả lưng gối lá nhìn trời
nắng muôn sợi nhỏ rơi rơi đầy hồn
chút tình xưa đã héo hon
nhớ em ta cũng héo mòn cuộc ta.

điếng lòng cố hương

ở đây ta sống như mù
lao đao giữa vũng ao tù áo cơm
ngày lên mửa mật trào đờm
đêm buông trở giấc lạnh căm chỗ nằm
quê nhà hun hút mù tăm
mòn con mắt đỏ điếng lòng cố hương.

chấp

cái lưỡi không xương
nhiều đường lắt léo
em tròn hay méo
chấp!

mười năm

thôi rồi ngựa đã yên cương
đồi cao lũng thấp mù sương một đời
mười năm từ bỏ cuộc chơi
mười năm thân thế rã rời điếng tê
mười năm lối cũ
đi
về
mười năm tàn một cơn mê còn gì?

mãn cuộc

sáng nay nhìn giọt sương hồng
đậu trên một ngọn cỏ bồng đong đưa
hỏi lòng này đã vừa chưa
cái ta mãn cuộc dư thừa sân si?

trên cành bạch dương

này con chim nhỏ
trên cành bạch dương
thấy không hoa cỏ
đẫm đầy hơi sương?

bình minh

lung linh nghìn giọt sương hồng
rải trên bát ngát cánh đồng mạ xanh
ô kìa bóng nắng mong manh
chừng như rồi sẽ phủ nhanh đất trời.

chiều

chiều
đã tà
hiên ngoài mưa tạt
nhớ người phương xa.

nỗi nhà

vầng trăng quê cũ còn kia
mà sao sương đã đầm đìa nẻo qua
đêm đêm quặn thắt nỗi nhà
tóc chưa điểm bạc hồn sa vực trầm.

vọc chữ

sắc
huyền
nặng
hỏi
ngã
chữ nghĩa bay lả tả
đã!

nguyễn tôn nhan

lưng cong mắt cận thân gầy
bệnh trong tim óc bệnh đầy xương da
nhớ người ta chợt thương ta
cũng thân cát bụi trong bao la đời.

hoàng ngọc tuấn

liên hồi thuốc củi (*) khô môi
vàng tay ám khói, nổi trôi tháng ngày
trò đời thua bạc trắng tay
cách chi thoát cảnh đắng cay phận hèn?

(*) Cải tạo về, thất nghiệp, đói, cơm nước ăn bám mẹ già hoặc bè bạn, riêng bệnh nghiện thuốc lá nặng không thể chừa. Thuốc thật, dù loại hạng bét với chàng cũng quá đắt, bèn chuyển sang "thuốc củi", một loại thuốc dỏm quấn bằng lá đu đủ, bó thành từng bó 60 điếu tựa bó củi, trung bình ba ngày chàng đốt liền tay hai bó. Cháy gan, nám phổi. Thủ phạm đưa chàng du địa phủ với căn bệnh ung thư cuống họng.

trần quang lộc

cạn đi chén rượu đã tràn
mềm môi ngất ngưởng ôm đàn gào to
phận người bất kể
nhỏ
to
quẩn quanh không thoát khỏi lò tử sinh!

nghiêu đề

mặc đời đổi trắng thay đen
mặc cho thời thế thường hằng biến thiên
cuộc ta vắng bóng não phiền
tuy không men rượu triền miên say hoài

trương đình quế

lão ngoan đồng giữa bạn bè
rượu say ngất ngưởng hầm hè đọc thi
"em đến rồi em lại đi" (*)
loanh quanh cũng đến với đi lòng vòng.

(*) Bài thơ duy nhất của chàng, khi say chàng không quên tra tấn bạn bè bằng bài thơ này, "em đến rồi em lại đi/ em đi rồi em lại đến." hai câu loanh quanh.

cao xuân huy

tháng ba gãy súng (*) trở về
nhìn quanh nhìn quẩn bốn bề tang thương
bạn bè thất tán muôn phương
nghiến răng cụng chén với phường đãi bôi

(*) tập truyện của Cao Xuân Huy

cao đồng khánh

sài gòn chợ lớn mưa như chớp (*)
mưa mặc mưa men hớp chén đầy
ngoài trời đêm tối bủa vây
bên trong huyên náo một bầy "tửu lâm".

(*) thơ Cao Đồng Khánh

vũ huy quang

mai thảo mắng "thằng chợ giời"
mỉm cười, từ tốn, chàng "chơi" lại liền
"đã đành có phong cách riêng
nhưng áo. Tay ngắn (*), làm phiền ngữ ngôn."

(*) Mai Thảo thường mắng Vũ Huy Quang: mày mà viết lách gì, thằng chợ giời! Lối mắng vô thưởng vô phạt, không hàm ý chê bai, bỉ thử, một phong cách rất riêng của Mai Thảo. Vũ Huy Quang trả đũa, hàm ý châm chọc, cốt vui: Chàng mặc áo, chấm, ngắn tay, văn phạm gì kỳ vậy. (Mai Thảo cũng có một văn phong cá biệt, một mình một cõi chả hạn "chàng mặc áo. Ngắn tay").

nguyễn xuân hoàng

ngôi nhà ngói đỏ* tịch liêu
về chưa hay vẫn phiêu diêu ta bà?
cuộc người lắm nỗi phong ba
rồi ra tất thảy chỉ là huyễn như.

(*) Tựa một truyện dài của Nguyễn Xuân Hoàng

mai thảo

đèn lu, ngõ vắng, thân gầy
đông hàn sương giá trùng vây bốn bề
một mình đối bóng sầu tê
quán khuya, rượu cạn, nẻo về lạnh căm.

phùng nguyễn

làm sao học được chữ ngờ*
được thua còn mất cuộc cờ nhân sinh
bạn hiền, tất thảy hư vinh
rồi ra cũng chỉ xác sình huyệt sâu.

---

*Khám bệnh xong ra lobby đọc báo đợi vợ đến đón. Vợ đến, thấy chàng ngã người trên ghế, mắt nhắm, vợ lay vai, bất động, lay nữa, vẫn bất động, chàng đã ra đi. Động mạch dẫn máu về tim nghẽn, chàng chết, như lời một bài hát của TCS: "chết thật tình cờ". Thuở còn sống chàng thường than: "điều đáng sợ nhất là một mai chết đi, sẽ nhanh chóng trôi vào lãng quên!"

nghiêm xuân hồng

thanh xuân ngang dọc một thời
tuyên ngôn, quan điểm*, cơ trời muốn xoay
thế thời canh bạc trắng tay
câu kinh tiếng kệ tháng ngày tiêu dao.

(*) Nhóm Quan Điểm do Nghiêm Xuân Hồng chủ trương, đối đầu với chủ nghĩa Cộng Sản đang làm chủ nửa phần đất nước vào thời điểm đó.

đồi tây

vui chân lên ngọn đồi tây
mù xa núi bắc trắng mây chập chùng
ngước lên mắt chạm đỉnh tùng
nhìn quanh trời đất vô cùng tịch liêu
nghe như rơi rớt trong chiều
tiếng con quốc gọi đìu hiu non ngàn

chân dung

vẽ em trán ngọc tay ngà
đường ngôi chẻ giữa tóc pha hương trầm
vẽ em răng khểnh duyên thầm
môi non mộc dược má dầm tuyết sương
vẽ em vẽ bóng vẽ hình
làm sao vẽ được cái tình xưa sau?

vẽ

vẽ lăng nhăng vẽ lằng nhằng
vẽ xanh vẽ đỏ vẽ đen vẽ vàng
cố tìm trong cái hỗn mang
cái mưa nắng rất dịu dàng nắng mưa

vẽ hoài vẽ đã được chưa
cái phần bất khả thiếu thừa cực vi?

bắt chước nguyễn công trứ

kiếp sau xin chớ làm thằng
làm ông mãn kiếp cho bằng người ta
người ta gấm vóc lụa là
thân trần tục cũng bằng ba thánh thần.

hoang vu cõi người

lên cao chót vót lưng đèo
đường quanh đá dựng cheo leo đỉnh mù
một mình với gió tàn thu
mới hay dưới thấp hoang vu cõi người.

chép lời bợm nhậu

thầy hai xị nữa hén thầy
mần say dìa ngủ sáng ngày tỉnh khô
đời buồn sẵn rịu ta dô
thành sầu cao vút ta xô ngã nhào.

nắng reo

em băng qua ngõ
một bầy nắng theo
ô kìa nắng reo
về đâu em nhỏ
mắt cười trong veo.

cách chi em hiểu được

sông với nước có bao giờ hiểu được
cát đôi bờ bồi lở tang thương
em cũng thế cách chi em hiểu được
tình như mây tan hợp vô thường.

xôn xao nhịp trầm

cúi hôn em - cảm ơn đời
cảm ơn hạnh phúc tuyệt vời chiêm bao
cảm ơn sợi tóc ngọt ngào
ngủ trên buồng ngực xôn xao nhịp trầm.

muôn năm chẳng hiểu

lăn trong cõi sống vô tình
có khi chỉ một cái hình phù du
loay quay ăn ngủ mệt đừ
muôn năm chẳng hiểu chân như chốn nào.

tịnh tâm

ta ngồi trọng động trông ra
dưới sâu mây phủ bóng tà huy bay
nghĩ đời một cuộc tỉnh say
lên non ngủ giấc nghìn ngày tịnh tâm.

ngỡ là chiêm bao

bao năm râu tóc mọc dài
này em, đó phải hình hài mẹ cha?
bao năm trong cõi ta bà
giật mình choàng thức ngỡ là chiêm bao.

viễn mộng

mỏi mòn trong chốn hư vinh
mới hay bóng nguyệt lung linh cõi ngoài.

mưa rào

giữa trưa đổ trận mưa rào
trời cao chóng mặt đổ nhào tịch u
ngoài thềm dưới một giàn su
đôi con chim nhỏ bay vù hoảng kinh.

nếu không nêm muối

loanh quanh xó bếp góc nhà
nồi cơm trách cá hũ cà sáng trưa
một đời sống cũng như chưa
nếu không nêm muối cho vừa miệng ăn.

nụ xanh

có đêm trăng rải lụa mềm
có cây nhớ gió bên thềm tịch liêu
có đời rộng cánh tay yêu
có ta cành nẩy ít nhiều nụ xanh.

đồi đông

nhớ người lên ngọn đồi đông
nhìn ngang nhìn ngửa nhìn mông đất trời
chạnh lòng muốn gọi người ơi
sợ nghi tịch mịch vọng lời vô âm.

ngồi trên đỉnh nam ô
xót cuộc tình tan

sầu vàng mây ngọn cây khô
dưới sâu biển động lô xô sóng bồi
đá cao vách đứng, im ngồi
nghe thinh không vọng mấy hồi chuông xưa
tay run đốt mẩu thuốc thừa
khói bay hồn đắng nửa trưa ngậm ngùi.

tình

Tình nồng như rượu cay
tình say hoài suốt kiếp
tình như con sâu độc
ung thối trái đời tôi.

trên ngôi cổ mộ

dăm ba cốc rượu cay xè
con thơ động giấc lè nhè suốt đêm
vợ buồn mặt mũi lấm lem
trời đau đổ trận ngoài thềm giọt sa
canh tàn tỉnh rượu trông ra
trên ngôi cổ mộ cỏ gà lên xanh.

vô minh

trời đất vô minh
nên tất cả chúng sinh
cũng tội lỗi cùng mình.

mãn khai

ngồi bên song cửa
nhìn người đi qua
ô vườn hồn ta
một bông hồng nhỏ
bắt đầu mãn khai.

mười năm

mười năm làm kiếp lục bình
mười năm phiêu bạt phù sinh kiếp người
mười năm lụn tắt môi cười
mười năm tàn héo mầm tươi thuở nào
mười năm dưới cội hoa đào
mười năm còn mãi ngọt ngào môi thơm.

hương xưa

hỏi em hỏi rất thật thà
cây hoàng lan cạnh hiên nhà còn không?
sao trong hơi gió phiêu bồng
thoảng mùi hương cũ ngát nồng buồng tim.

mười sáu

mười sáu tuổi ta thèm như si dại
đồi no căng cồn cỏ mượt nhung mềm
nên một bữa ta điên cuồng cúi lạy
ô, đất trời cũng nhỏ lệ thương vay.

hệ lụy

có riêng một cõi đi, về
có trăm hệ lụy bộn bề phải lo
có người mỗi sáng buồn so
(đêm tàn, quán mục, đợi đò qua sông).

bệnh

râm ran tiếng dế quanh nhà
bấc tàn, gió đụn, mái ngang gió lò
ta nằm chân duỗi chân co
tay ôm ngực nén cơn ho chực trào.

trăng mơ

dẫu đi suốt cuộc phong trần
cũng chưa tìm thấy một vầng trăng mơ
dẫu làm trăm vạn bài thơ
chắc chi đến được bến bờ vô ưu.

mưa

ngoài vuông kiếng đục mưa mù
ngồi im như tượng hồn thu xác gầy
hạt mưa nhỏ hạt mưa vây
hạt loang mặt lộ hạt đầy sân con
hạt chia tan hạt mỏi mòn
hạt thương hạt nhớ hạt lòn buốt tim.

ta

vợ con giờ đã quá xa
bạn bè dăm đứa quê nhà điêu linh
giật mình nhìn mặt hoảng kinh
ồ ta dơ dáng dại hình thế sao?

trăng đỏ

kìa cuối trời tây
một vừng trăng đỏ
làm sao em tỏ
nỗi lòng anh đây?

bên suối blek klock

trăm con nước đổ xa nguồn
chiều thoi thóp gọi chim buông giọng sầu
trái đời chín rụng về đâu
thấy trong hiu quạnh một màu thê lương.

chiều

chiều
đã tà
hiên ngoài mưa tạt
nhớ người phương xa

tự thán

ta như con nước xa nguồn
lang thang qua những chặng buồn lao đao
ta như một kẻ tại đào
nửa khuya dường có kẻ nào quanh sân
ta như lãng tử nhớ nhà
dặm xa trí mỏi mẹ già bỗng thương
ta như một kẻ lạc đường
quẩn quanh cũng chỉ cõi sương mịt mù
ta như nghìn bọn ngụy tu
tiền căn chưa dứt lu bu lòng trần.

con đau

nhìn con khóc ngất từng hồi
tay quơ chân đạp mặt mày đỏ gay
ra
vào
lên
xuống
quắt quay
cha như một kẻ nửa say nửa khùng.

qua truông

qua truông thấy núi chập chùng
thấy mây vô nhiễm trùng trùng vây quanh
thấy rồi ta đã thấy ta
cao cao dáng núi tà tà sương bay
mới hay trời rộng đất dày
nhởn nhơ con bướm vẫn bày cuộc chơi.

cánh mộng đã vù bay

trái tình xưa đã chín
mắt đỏ nhòa lệ đau
tay đời chưa với kịp
cánh mộng đã vù bay

gái

gái không chồng phòng không chiếc bóng
ta hiền tài còn ngại chuyện chi
mai này một bước gái đi
lấy thơ ta trải xuân thì gái qua.

lình bình điều chi

nhiều khi uống rượu một mình
mới hay trong bụng lình bình điều chi
rượu say ôm gối ngủ khì
sáng ra bản mặt chai lì, chán chưa!

bài kệ nhỏ

bài kệ nhỏ
đọc to
bỏ!
bỏ!
bỏ!

khôn nguôi

mầm chưa xanh đã héo
trí chưa mở đã cùn
vui chưa đầy đã cạn
tình chết tình khôn nguôi.

vọng thị

ta đứng trên đồi cao
nhìn mông hai đường sắt
thấy gặp nhau phương nào
thị quan ta đã vọng.

tiếng con chim bệnh

nghe trong thể phách lụy phiền
máu cao niên đổ mưa điên trận sầu
nghe ngoài tịch mịch vó câu
gõ như búa nện trên đầu áo quan
nghe ra thôi đã muộn màng
tiếng con chim bệnh bàng hoàng kêu thương.

hoàng hôn

chiều lên đốt thuốc ra sông đứng
trời đất mênh mông sương khói xây thành
mây vô ngã chia tan về muôn hướng
chân bờ lau sóng vỗ nhịp âm dương
ta đá tảng trong cõi trần nghiệt ngã
muôn nghìn năm đời phủ kín rêu xanh
chiều ra sông nhìn chim di ải bắc
chợt thấy hồn trong cánh vỗ mong manh.

mùi hôi đàn bà

trần truồng ta đứng thâu đêm
cảm nghe mặt đất nhão mềm dưới chân
trời cao cúi xuống thật gần
cả cười ta rống một lần nữa thôi
trăm năm tắm gội liên hồi
chắc chi rửa sạch mùi hôi đàn bà!

dấu cũ

quanh co dốc đá rêu mù
vực thăm thẳm đáy non mù mù sương
dừng chân bối rối tìm đường
chừng như dấu cũ trong sương đã nhòa.

huống chi

thiền sư chống gậy qua đồi
thấy cô gái trẻ bồi hồi động tâm
ôi em môi ngải ngực trầm
trăm năm kinh kệ còn lầm huống chi!

nằm mộng thấy từ hải

đêm qua mơ thấy một người
vai cung tay kiếm nói cười uy nghi
hỏi ta tên họ là gì
mà xem mặt mũi như nòi thi nhân
sượng sùng ta đứng chết trân
người cười giọng có đôi phần mỉa mai
rằng cho đáng mặt anh tài
đao tên trận mạc chí trai tung hoành
học đòi gió mát trăng thanh
giỏ thơ bầu rượu tập tành vô vi
hư đời hỏng chí nam nhi
túi cơm giá áo khác gì phàm nhân

giật mình tỉnh mộng phân vân
gẫm suy lời nói có phần sâu xa
ngoài sân chó sủa trăng tà
bên song còn đọng hồn ma họ Từ.

đọc sách

gối đầu trang sách mỏng
thả khói bay vật vờ
nương hồn qua bến lạ
ta lạc ta nữa rồi.

hừng đông

mầm
đã nẩy
hoa cỏ hây hây
kìa cuối chân mây
một vầng dương đỏ.

tim

ta có một trái tim
bơm hoài một lượng máu
ta có một kho báu
cho hoài sao chẳng vơi?

tai, mắt

ta có hai lỗ tai
cộng thêm hai con mắt
nhưng nhiều khi quá quắt
tai chẳng thuận điều ngay
mắt không nhìn nẻo thẳng.

tứ chi

ta có hai bàn chân
đi hoài không tới đích
ta có một sợi xích
trói hoài đôi cánh tay
ta có một cơ may
sống hoài như giẻ rách.

thi nhân

bên bờ hồ nước chảy
thi sĩ ngồi làm thơ
hồn treo trên vách đá
mây trắng phủ đầy người.

vong thân

soi gượng nhìn kỹ mặt mày
cũng râu cũng tóc đủ đầy giống ta
thế nhưng trong cõi ta bà
nhiều khi những tưởng mất cha cái mình
đêm thường giật thót hoảng kinh
mới hay tâm động nên hình mới hư.

có phải

yêu có phải là trốn vào cõi khác
lãng quên đời lạ mặt tha nhân
yêu có phải là tự mình hủy diệt
một điều gì như thể bản thân.

cuối năm

này em tết sắp đến rồi
cây đào trước ngõ đâm chồi hay chưa?
đất trời sáng nắng chiều mưa
đông tàn xuân chớm sao chưa hết hàn?

mười năm

mười năm chốn cũ về đây
đầu thôn lá trúc rơi đầy lối đi
vườn quen một gái đương thì
má hồng môi thắm vóc gầy thanh tân
cỏ thơm mềm gót chân trần
trong đôi mắt nhãn có phần lẳng lơ
bàng hoàng ta đứng ngẩn ngơ
xưa kia mũi lõ bây giờ đó sao?

chép lời con gái út

vườn em có luống cải vàng
có vồng rau tím có giàn mướp xanh
có thêm bụi ớt liếp hành
có nhiều bướm trắng trên cành sầu riêng

vườn em có một khóm riềng
(ồ con chó mực than phiền đó ba!)

hiên nhà bé thơ

ngọn nguồn dẫu ở lòng ta
vẫn mong về lại hiên nhà bé thơ
ba mươi năm, một cuộc cờ
còn chi ngoài chút duyên hờ đắng cay.

hương nhà năm xưa

măng chua đứng cạnh hũ cà
bỗng dưng nhớ quá hương nhà năm xưa
mười năm nữa liệu về chưa
hay quê người kiếp sống thừa kéo lê?

lão xà ích già

bánh lăn, phố vắng, chiều vàng
một con ngựa ốm hai hàng nến xao
tội tình gì hỡi trời cao
sao râu tóc đó chưa chào hư vô?

mưa

chập chờn một ngọn đèn chong
mưa quanh ngõ khuất mưa vòng bãi xa
mưa xanh bia mộ quê nhà
mưa, mưa, dột mái ta, điếng lòng.

hỏi

hỏi con sâu nhỏ dưới hoa
đo ngang đo dọc đo xa đo gần
hỏi đời mấy độ phù vân
mà sao nghĩa sống thập phần sân si
hỏi trong mộ cỏ xanh rì
trăm năm rồi cũng vô nghì tuổi tên.

trăng trên vườn mộ

nửa khuya tỉnh giấc bước ra
trăng trên vườn mộ đã tà bóng nghiêng
vắt khô hết mọi não phiền
nhẹ tênh hồn phách dong miền chân như.

mai anh về miền trung và những bài thơ khác

để nhớ những người bạn thuở thiếu thời

Những năm tiêu thổ kháng chiến, tôi bị sinh rơi trong một trường tiểu học tại xã Khánh Thọ, quận Tam Kỳ (ba tôi đã dùng chữ đầu xã Khánh Thọ và ngôi Trường bỏ hoang để tạo thành tên tôi: Khánh Trường, Nguyễn Khánh Trường, ghi dấu kỷ niệm thời cơ khổ). Địa danh này thuộc miền trung Việt Nam. Tôi chỉ sống một thời gian ngắn ở đấy rồi lang bạt khắp mọi miền đất nước. Mười mấy năm sau trở về, đi qua nhiều vùng đất suốt chiều dài từ nam ra trung, tôi vỏ vẻ những cái gọi là thơ mỗi lần dừng chân nơi nào đó. Trong tập bản thảo vàng ố, chữ nghĩa lem nhem cậu em đã trao lại, có những bài này, đã định vất sọt rác vì thấy non nớt, biểu diễn cơ bắp kệch cởm (căn bệnh phổ biến, thường, các cậu mợ mới tập tành mần zăn chương luôn vướn phải). Nhưng không nỡ, dù gì cũng ghi dấu một thời.

Ngoài những bài thơ hhi dấu những địa danh tôi từng đi qua, một số khác tôi còn giữ , một số khác nằm trong trí nhớ.

mai anh về miền trung

mai anh về miền Trung
thăm lại vườn cau đến mùa khai nụ
thăm cây xoài cơm trái nặng sai cành
thăm giồng rau lang nở đầy bông tím
thăm con trâu già đẻ được mấy con.

mai anh về miền Trung
qua Câu Lâu Bà Rén
qua Thanh Quít Hội An
qua Đò Xu Cẩm Lệ
vấn điếu thuốc rê bằng tờ chuối nõn
nhả khói loanh quanh cho đã cơn thèm.

mai anh về miền Trung
qua đồi Túy Loan đến mùa sim chín
chọn trái thơm bùi tặng mẹ tặng em
từ ngày chiến tranh gieo mầm thù hận
sợ cây trơ cành sợ lá quên xanh.

mai anh về miền Trung
hành lý mang theo chắc chẳng có gì
ngoài chút tình em tình người yêu dấu
và tình quê hương nặng lệch vai gầy.

phan thiết

thoảng trong hơi gió phiêu bồng
chút hương muối biển mặn nồng đâu đây
cuối trời tiếp giáp chân mây
non xanh trùng điệp cây xây lũy thành
chỉ còn thoáng nhớ mong manh
như tia nắng nhạt đầu cành tà dương.

ba ngòi

dừng đây, trưa đứng bóng dừa
xôn xao mời gọi – cơm trưa lót lòng
khúc mì của trẻ hàng rong
miếng khô trệu trạo cũng xong nửa ngày.

chiều, qua đèo đại lãnh

dặm ngàn xa khuất chân mây
khói che bóng rợp cây bày tan thương
dốc cao đá dựng ngăn đường
biển sâu sóng vọng đùn sương mịt mờ
non xa quằn quại bóng cờ

năm ba lính thú ngẩn ngơ (cảnh nhà?)
gió ào, lạnh buốt xương da
xe bon, bánh chuyển, rào rào đường quanh
trông lên, mút những đầu cành
hoàng hôn tím thẩm mong manh hơi tàn
buồn tình cất giọng cười khan
hủy trong tâm thể chút hàn bao la.

đêm, nha trang

chưa khuya trăng đã bóng tà
thực hư trời đất nhập nhòa mênh mông
sương ngoài nặng trĩu cành thông
mờ xa núi bắc đá chồng bóng im
nghe trong thể phách lụy phiền
cánh chim phiêu bạt đang tìm giấc yên.

bình định

phố dăm đường hẹp loanh quanh
chưa khuya đêm đã vắng tanh bóng người
ta ngồi quán gọi sữa tươi
vài ba chú nhỏ bật cười trêu ngươi.

tam quan

xưa lữ khách dừng chân
quán bên đường ngủ đỗ
dừa xanh đưa lời gió
ru giấc hồng qua đêm

nay lữ khách dừng chân
lơ ngơ nhìn cảnh vắng
đường bụi mù giăng giăng
dưng không lòng bỗng đắng.

qua cầu đà rằng

sông xa cát nổi mấy cồn
nước im tăm cá sóng dồn bãi xanh
vai cầu đơn lẻ tháp canh
vài ba lính thú áo xanh bạt màu
xuôi dòng một chiếc thuyền câu
chèo im gác mái nặng sầu lênh đênh
da trời trắng nhạt mông mênh
gió đưa mây nổi bồng bềnh trôi nhanh.

bồng sơn

xe lăn bánh nghiến mặt đường
bãi xa cát lở tà dương nhập nhòa
chốn này một thuở can qua
dừa xanh ngọn cụt, cửa nhà hoang sơ
xe nhanh, trong lớp bụi mờ
một con chó ốm ngu ngơ ngước nhìn.

đèo rù rì

xưa ta có buổi di hành
tinh sương mây núi vây quanh tứ bề
vùi đầu, đau ngất cơn mê
ba lô, súng đạn ê chề phận thân
đường quanh lộ hẹp mấy tầng
đèo cao suối cạn cây dần lưa thưa
đất trời sáng nắng chiều mưa
cõi ta đang sống dư thừa nhục đau.

quảng ngãi

nhớ Đ.V.T.

ta đã gửi đây một phần tuổi trẻ
tuổi ngọt ngào như kẹo mạch nha
tuổi bùi thơm như hương đường phổi
tuổi trẻ ơi, một thuở xuân hồng

mái hiên này xưa ta đã đứng
cùng bạn hiền nhả khói vu vơ
quán trọ này xưa ta đã trú
nhớ không Tuyên đôi mắt đa tình?

và có phải đỉnh xanh kia nữa
đã cùng Hà chia chút hương yêu
(dù thuở đó ta là lữ khách
nên tình ta, miếng lạ qua đường!)

chín năm xa bây giờ trở lại
ta muốn tìm những thoảng hương quen
nhưng bạn cũ đã mù tăm tích
và em xưa chắc đã theo chồng

cảnh chưa thay mà lòng đã khác
mới thanh xuân tưởng hết một đời
trăm hệ lụy nghìn điều lao khổ
trí chưa cằn hồn cũng cạn khô.

châu ổ

ở đây ruộng mía ngút ngàn
lá xanh thân thẳng đất vàng phù sa
dẫu người đày đọa binh đao
dẫu thiên tai mỗi năm qua chốn này
vẫn còn tiếp giáp chân mây
đất lên mầm khỏe trùng vây bốn bề.

nam phước

gửi T.H.T.

nhớ người buổi ghé lại đây
vút cao khí phách ngất mây đỉnh trời
đấu tranh sôi sục một thời
thơ văn chất ngất rực ngời lửa cao
đất nghèo cơm trộn ngô khoai
nhà tranh vách đất ruộng còi sỏi đen
nhưng đêm, bên cạnh sách đèn
trái tim đỏ lửa dậy men tình người.

bồng sơn, sau đêm ngủ đỗ

chẳng có còi tàu lê thê giục giã
chẳng có sân ga tay vẫy khăn hồng
chẳng có mắt nào nhìn xa ngút mắt
chẳng có tim cần ứa lệ tình đau

khi ta đến một bóng hình thui thủi
khi ra đi cũng lầm lũi một mình
khung ghế trống chỗ ngồi bên lạnh ngắt
bạn đồng hành dăm kẻ lạ người xa

trời ửng sáng chân mây tràn ráng đỏ
gió se da lạnh buốt mặt mày
đôi ba kẻ gật gù hai mắt khép
một cụ già che miệng ngáp ngu ngơ

nâng cổ áo hạ mành che cửa gió
ta thu người ngồi như tượng im hơi
đôi mắt nhắm nhưng lòng đang rối chỉ
cuối đường kia rồi cũng một thân gầy!

ghé qui nhơn gặp cố nhân

Tặng T.H.

gặp nhau tay bắt mặt mừng
ly bia ướn lạnh tưởng chừng mật ong
mười năm, phận số long đong
mười năm, khổ lụy giữa vòng tử sinh
mười năm, phù thế nhục vinh
những cơm áo với rẻ khinh cuộc đời

đã tàn cơn mộng bể khơi
rượu thơ trăng gió rong chơi tháng ngày
ta bây giờ, kẻ lưu đày
giam thân giữa những đắng cay phận người
khuyên ta, nâng cốc, bạn cười
quên đi, đời vẫn còn tươi mượt mà
đốt tàn mọi trận phong ba
đốt khô ngấn lệ ứa sa mắt buồn
cuộc đời giông bão mười muôn
sá chi ta, một cánh chuồn mỏng manh.

điện bàn

chơ vơ ba ngọn thập hời
đồi cao, trưa nắng, màu trời xanh trong
một đàn cò trắng thong dong
chậm đôi cánh rộng níu dòng thời gian.

trở lại tam kỳ

ngót mười năm biệt mù tăm tích
trở lại quê xưa lòng thấy ngậm ngùi
đứng ngơ ngẩn ngã ba đường xuôi ngược
trưa nắng lòa mờ mịt bụi khô

phải khi xưa chốn này ta đã sống
đã một thời bút mực lấm lem
ngôi trường cũ ông giáo già nghiêm túc
đôi mắt lòa sau mục kính còn không?
(khi trở lại bên cổng rào cửa khép
ta lặng thầm ôm kín nỗi sầu câm!)

phải khi xưa con đường này mỗi sáng
cặp trong tay mắt nhãn môi hồng
lòng cũng trắng như trăm tờ giấy nõn
ta đến trường trên những bước chân chim?
(khi trở lại đứng bên lề nuối tiếc
một thuở nào yêu dấu đã mù tăm!)

phải khi xưa bến sông này mỗi tối
theo bạn bè nghịch sóng giỡn trăng
bờ lau thấp vô tư đùa cợt gió
gió miên man nâng lượng nước tràn bờ
(khi trở lại trên vai cầu lặng đứng
nghe âm vang dăm lượng sóng bồi hồi!)

phải khi xưa cũng nơi này in dấu
bao vết bầm roi vọt mẹ cha
những trưa nắng thường trốn nhà ra bãi
nương cánh diều thả mộng bay cao?
(khi trở lại giữa bụi bờ cỏ lá
lòng cũng buồn như một nốt nhạc lơi!)

phải khi xưa ngõ quen này tháng tám
đèn trung thu vây nhịp trống bập bùng
ta áo trắng trong quần xanh thẳng nếp
trăng đầy trời trăng rãi ngọc hồn thơm?
(khi trở lại thân đã thừa ô nhục
bão giông đời che lấp những mầm xanh!)

phải khi xưa căn phòng này, gió bấc
tiết đông về quanh bếp lửa hồng reo
nắm ngô rang ấm thơm lòng tay nhỏ
mắt nai khờ chăm chú dõi đường mưa?
(khi trở lại bên kia đường ngơ ngác
ta bây giờ như khách lạ, buồn tê!)

phải khi xưa gốc ngô đồng rợp bóng
đã một thời che mát tuổi bình yên
đâu lũ bạn bao năm rồi còn mất
bao nhánh đời bao cảnh sống chia xa?
(khi trở lại ta nghe chừng đã lạc
lá vàng khô năm bảy chiếc lìa trần!)

phải khi xưa bến xe này có thuở
đất mù sương gió lạnh buốt vai gầy
chuyến xe sớm đưa ta rời cuống rún
ôi lần đầu vỡ trọn nghĩa từ ly?
(khi trở lại quán bên đường côi cút
mặt bàn câm ly bia lạnh rưng sầu.)

ngôi nhà cửa đóng

ngôi nhà đó đã một thời ta sống
đã một thời quanh quẩn vào ra
những sớm mai hồng
những trưa nắng múa
những chiều hôm khói đất giăng mù
trong khu vườn xanh
nghiêng tàng bóng rợp
tuổi đầu đời xanh ngát mộng bình yên

ngôi nhà đó có mẹ hiền khuya sớm
có cha già xới đất gầy khoai
có chị cả vá may hiền thục
có em trai đèn sách dùi mài
có bè bạn dăm thằng nối khố
ngỡ cuộc đời như khúc bình ca
ngôi nhà đó bốn mùa no hạnh phúc
ngày trôi êm năm tháng chảy hiền hòa
hoa pháo đỏ nở đầy sân đất nện
buổi xuân về làng mạc rộn âu ca

mùa hạ, tháng giêng, bắp cà đơm nụ
trên luống cải vàng lũ bướm vờn bay
cũng là lúc cha đi về sớm tối
tưới mồ hôi trên đồng mạ xanh rờn
và thu đến mùa heo may gờn gợn
lá ngô đồng phủ kín mặt hồ trong
lên gò cao đôi ba thằng bạn thiết
vạch sơn hà bày bố trận cờ lau
thu rồi qua mưa giăng mù sùi sụt
sầu đông buồn cành vắng lá trơ xương

và những đứa em trai
lớn khôn rồi bỗng khác
đứa bỏ học đua đòi trăng gió
xem cuộc đời như bầu rượu không vơi
đứa lên non theo cách mạng tuyệt vời
(tháng tám, mùa thu, lá vàng ngập đất
cách mạng được mùa như lá vàng thu)
ta một sớm vỡ lẽ đời bỗng chán
giã chị, xa quê, run rủi lên đường
đem tuổi trẻ gởi cho phường bán máu
vùi tương lai trong khói lửa mịt mù

bảy năm với súng đạn thù
bảy năm miệt mài chém giết
bảy năm trở về vô thân tứ cố
cha xuôi tay trả nợ tù đày
anh em đã bốn phương xiêu dạt
buổi tao loạn sinh mạng người cỏ rác
chị bây giờ còn mất ra sao?
ngôi nhà đó bao năm rồi cửa đóng
vườn hoang vu lau cỏ mọc đầy
mái đổ sập tường vôi loang vết cháy
lối mòn xưa biền biệt dấu chân quen

cuối góc vườn sâu
gối bờ lạch cạn
mộ mẹ hiền hoang phế đã bao năm
bia đá đổ nghiêng
cỏ gà vướng lối
khung rào tre hoa bìm bịp giăng quanh
từ buổi chị đi nhang tàn khói lạnh
thiếu tay người mộ chí cũng thèm đau

trưa đứng bóng nắng vờn quanh lối cỏ
tiếng quốc gọi hè vang vọng gần xa
trông cảnh cũ cố ngăn dòng lệ muộn
dẫu chai lì sầu vẫn cứ bao la.

khổ lụy

để nhớ những ngày cơ cực
bùi dương thanh lê
và các con
nguyễn khánh tùng
nguyễn minh tân
nguyễn thị giáng châu

Tôi giải ngủ sau bảy năm trong binh chủng Nhảy Dù vì bị thương lần thứ ba với y chứng: Sáu mảnh đạn trong đầu, một mảnh cắt ngang sợi gân trên cánh tay trái, khiến bất khiển dụng ngót ba năm; Một viên đạn xuyên đùi; Gãy hở xương hàm trên; Phỏng cấp độ hai; Mắt lưỡng thị.

Tiền trợ cấp dành cho thương phế binh chỉ giới hạn một năm và ít oi. Sau đó phải tự lực cánh sinh. Tôi đi xin việc. Khổ nỗi việc nặng không kham nổi, việc nhẹ thì phải có chuyên môn hoặc học vị cao, tôi, chữ không hay cày không giỏi, lại thương tật cùng mình nên chả nơi nào nhận. Gia cảnh gồm hai vợ chồng và ba con nhỏ lâm vào khốn khó. Chùm thơ này khai sinh vào thời điểm đó, bây giờ đọc lại vừa cảm động vừa buồn cười. Cảm động vì khốn khó là điều có thực. Buồn cười vì do tuổi trẻ sốc nổi và mẫn cảm thái quá đã biến sự khốn khó chỉ một, đã bị tôi cường điệu thành ba bốn, thậm chí hơn nữa, khiến nỗi đau trở nên quằn quại, đến phát khiếp!

Đó là một trong những lý do đã khiến tôi không mặn mà với chùm thơ này. Song ngẫm sâu, thấy nếu về mặt văn học chưa đạt tiêu chuẩn như mong muốn thì với cá nhân tôi, dù thế nào nó cũng ghi khắc một dấu ấn khó quên.

khai bút

chẳng có pháo hồng trải vui sân đất
chẳng có neo cao phần phật bóng cờ
cũng chẳng mứt trà thịt đông dưa muối
đón xuân năm nay cà mắm qua ngày.

biết vợ rất buồn biết con đói khát
biết họ hàng sẽ đến thương vay
(dù thực ra rất thèm chửi khéo:
mi khoe tài sao khổ dường ri?)

biết mai đây bạn bè kéo tới
đứa nhờ trời xe mã rình rang
đứa vận may bánh quà biếu xén
ta lấy gì trả chút lòng yêu?

và chắc cũng có thằng kiết xác
thiếu tiền xe cuốc bộ mòn giày
(dù thực ra gót giày cũng đã
mòn từ ngày thất nghiệp năm qua!)

vỗ vai bạn ta cười an ủi:
(dù thực lòng héo phổi bầm gan)
ra dấu vợ bồng con xuống bếp
mừng tết ta tốt nhất tấm lòng.

tối ba mươi xóm giềng hỉ hả
ta ngồi buồn bó gối sờ râu
vợ lặng lẽ loay hoay cúng vái
miệng lầm rầm mắt khép lim dim.

bên ngọn nến một bình hoa héo
ba cọng nhang thở khói mệt nhoài
ta hỏi vợ, bánh trà đâu nhỉ?
vợ cười buồn gạo hết hôm qua!

thế cũng xong, ta thầm an ủi
chắc Phật Trời hiểu thấu lòng ngay
chợt bắt gặp trên gò má héo
đôi sợi buồn vẽ dấu lăn xuôi.

đốt điếu thuốc hít hà cho ấm
bởi lòng ta dường đã thành băng
quanh, tiếng pháo đì đùng to nhỏ
buốt tim gan cũng gượng cười khan

Giao thừa 1974

thì cũng đón xuân

năm cũ sắp qua tân niên dạm ngõ
giả vờ quên mà chẳng thể quên
may nhận được mươi nghìn bố gửi
sắm vội vàng dăm thứ đón xuân.

cũng bánh mứt cũng trà cũng rượu
cũng cửa nhà quét dọn tinh tươm
cha đã có tí tiền tiêu vặt
mẹ ba mươi ra viếng chợ chiều.

dẫu thừa biết sau ba bữa tết
lại mắm cà dưa muối tương chao
lại điên đảo chạy ăn từng bữa
lại vợ chồng con cái buồn xo.

nhưng lại nghĩ mỗi năm một bận
có lẽ nào muối mặt làm ngơ
ta tuổi lớn dư thừa nhẫn nhục
con lên ba nào đã biết gì?

nên cũng gắng lo sao cho phải
khách đến nhà tiếp đãi chỉnh chu
vợ có tí tiền xu rủng rỉnh
dăm ván bài thử vận hên xui.

ta thăm viếng bạn bè hàng họ
sẽ lì xì hào phóng cháu con
sẽ vung tay rượu trà biếu xén
sẽ đường hoàng chén chú chén anh.

vợ hiền, hãy nhớ

bởi cuộc sống như trò hát xiệc
ta đu bay trên sợi chỉ nghèo
bởi cơm áo con đường tội nghiệp
đường chập chùng vách dựng cheo leo

có thương anh vợ hiền hãy nhớ
giữ giùm anh một chút thực thà
giữ giùm anh một phần tuổi trẻ
tuổi hào hùng chống đỡ phong ba

anh như thế xem như đã chết
chưa ba mươi ngỡ hết một đời
anh như thế xem như dẫu sống
cũng tựa hồ chiếc lá vàng rơi!

về trong đêm mưa

đường quanh lối hẹp đất lầy
mưa đêm sùi sụt thân gầy đổ xiêu
nẻo về quạnh vắng hoang liêu
mái ngiêng vách mục tiêu điều giăng giăng
bước đi trên mảnh đất bằng
sao ta cứ ngỡ lạnh băng a tì!

cắn môi còn bật khóc

ta nào muốn khóc đâu
cớ sao mà lệ xót
ứ ngập hồn ăn năn

ba mươi đời đứng bóng
ta chỉ còn có ta
tay xương ghì quá vãng
nuối tiếc một thời qua

mắt người xanh bóng mộng
môi người ngọt đam mê
tay người tay quấn quít
lời người mềm như sương

yêu người ta vẫn nghĩ
sau tối tăm nhọc nhằn
cửa đời không thể hẹp
nên dẫu đường quanh co
ta chưa hề ngại bước

đêm có thể mù lòa
ngày có thể vô tâm
ta, đôi lần vấp ngã
nhưng làm sao còi cọc
chút hy vọng còn tươi
như những chồi lộc biếc
nẩy nhánh trong hồn ta
khoảng đất màu đẫm ướt
mưa móc người khôn nguôi

yêu người ta vẫn nghĩ
(nghĩ hoài hoài không thôi)
mai kia đời sẽ mở
ân sủng người, vô bên

cớ sao ta bây giờ
chỉ là ta còm cõi
ôm mãi một niềm tin
mỗi ngày thêm mục rã

ba mươi đời đứng bóng
ta có thêm được gì
ngoài trăm điều lao khổ

ôi áo cơm nhọc nhằn
cắn môi còn bật khóc!

buồn ơi

đau như lóc thịt mài xương
máu khô nghẹn lối trăm đường luân lưu
vai mang nặng gánh oán hờn
oán đời nghiệt ngã oán ta phận hèn
áo cơm ngày tháng bon chen
ốm đau con trẻ thuốc men mệnh trời
vợ gầy áo vải tả tơi
đèn lu đêm quạnh lệ rơi đầm đìa
ta ngày cúi gập lưng cong
cắn môi nuốt nhục cho xong một đời
buồn ơi buồn ơi buồn ơi
nghiến răng bật máu rã rời tứ chi.

xuân nay hai bảy

thì cũng sắp ba mươi
thế ra đời đứng bóng
đã qua nửa nhịp cầu
nghèo vẫn nghèo trêu ngươi

con sắp thêm đứa nữa
đứa lớn chưa vào trường
còn bánh quà vòi vĩnh
suốt ngày nghịch như tinh

vợ tháng ba đập bầu
áo vá rách sờn bâu
lấy tiền đâu thang thuốc
nghĩ mãi chỉ thêm rầu

buổi thời đen vận khó
kiếp người thua kiếp chó
mai mốt trẻ sinh ra
gạo sữa đường thêm lo

tiền nhà thêm điện nước
trăm thứ tiền linh tinh
nhìn sau rồi ngó trước
khổ gì khổ cắn răng

việc làm xin kiếm sống
xăng mỗi lít trăm tư
đơn chất cao thành đống
nợ, tính ra mệt đừ

tuần bảy ngày chật vật
đi chán về nằm queo
đói cơm tình nghĩa tận
chồng vợ như chó mèo

nằm co rồi nghĩ xấu
phải có tí gan hùm
đi làm quân thảo khấu
may ra đỡ nhức đầu.

bạn hiền

bạn hiền vừa ghé thăm
mời cơm cà dưa mắm
bạn cười, thế mà ngon
ta hiểu lòng bạn lắm

hiểu lòng bạn sắt son
nào sá gì miếng ngon
giúp ta vui trọn bữa
bạn liên tiếp cười dòn

dỗ ta

dỗ ta này gắng đi con
được thua sướng khổ đời còn dài lâu
dỗ ta mới nửa nhịp cầu
bước nhanh kẻo ngã vực sâu bây giờ
dỗ ta đừng đợi thời cơ
tay thanh niên hãy phất cờ đi lên
dỗ ta oán xả ơn đền
nhớ cho, chân cứng đá mềm ngại chi
dỗ ta ngẩng mặt gan lì
sống đi đừng để xuân thì tàn phai

dỗ ta còn đó tương lai
có công rồi sắt cũng mài thành kim
dỗ ta giông bão nổi chìm
làm sao ngăn được cánh chim đại bàng
dỗ ta phú quí không màng
vinh hoa hệ lụy đa mang mệt người
dỗ ta sướng khổ cũng cười
đói no cũng mặc, biếng lười tránh xa

dỗ ta dỗ rất ngọt ngào
tàn cơn bỉ cực đến hồi thái lai.

một thời

ta có một thời làm thơ bốc lửa
đó là thời ta sống như mây
chân chưa mỏi và lòng chưa già cỗi
tuổi thanh niên căng nhiệt huyết hồng hào

đời sống gian truân, cường quyền tồi tệ
đã có thơ ta, lời hịch căm hờn
sức ta yếu không quen cầm gươm bén
bút mực này ta mài nhọn thành tên

bằng thơ ca ta phất cờ đại nghĩa
bằng hô hào ta đòi hỏi bình yên
bằng hét to ta phản kháng bạo quyền
bằng tuổi trẻ ta trui rèn chí cả

như nước lớn thơ dâng tràn giấy trắng
như cuồng lưu thơ mở lộ khai đường
ta như thế, trên đài cao ngạo mạn
dưới chân ta phù thế bỗng tầm thường

tuổi trẻ rồi qua nhiệt tình dần nguội
xác tuy còn mà hồn đã vong thân
nguồn thơ xưa bỗng một ngày nghẹn lối
khi đói nghèo thành gông xích cùm chân

nay đối bóng tự vấn lòng, chua xót
ta bây giờ nào phải của ta xưa
đau muốn khóc mà lệ hồ đã cạn
lệ cạn dòng hay mắt đã mù đui?

đói cơm tình nghĩa tận

ngót nửa năm từ ngày thất nghiệp
ta lần hồi rõ mặt áo cơm
con thiếu ăn như phường mất dạy
vợ không tiền giống bọn tiểu nhân

khi quá khổ lòng người hết rộng
ta thay hình thành kẻ vũ phu
tình cha con mỡ dầu gặp lửa
nghĩa vợ chồng mèo chó đôi co

bạn bè đến thuở xưa, khỏi nói
rượu không nhiều, đủ lắc cần câu
dăm điếu thuốc ấm lòng bằng hữu
chuyện thế thời, văn nghệ, giòn tan

lúc gặp bữa nấu thêm nhúm gạo
không cao lương cá thịt vẫn thừa
bát cơm nóng ngọt bùi ân nghĩa
khói mặn nồng quyện tách trà thơm

nhưng từ thuở đói nghèo thăm viếng
bạn hiền xưa tăm tích mù mù
nếu thoảng gặp, cười trừ, bận quá
nghe nhạt phèo dăm tiếng đãi bôi.

đêm khó ngủ dưới đèn lụn bấc
bên vợ con im giấc ngậm ngùi
trên mái lá tiếng mèo gào thảm
nghĩ tình đời muốn bật cười khan.

một thuở

đó là thuở đời ta như gió
gót phiêu bồng chưa ngại đường xa
đêm ngủ đỗ dọc bờ duyên hải
sáng tinh sương thức vội lên tàu
chiều đã thấy loanh quanh phố núi
quê nhà ơi, xa ngút dặm ngàn

đó là thuở hồn ta, lãng đãng
giữa lòng đời cứ ngỡ non tiên
danh vọng ư? trò đời đen đỏ
được thua ư? bạc bịp hay gì.

và cơm áo nghèo giàu no đói
những bụi trần đâu dễ lấm chân
những dây tơ bao giờ trói được
cánh đại bàng bay vút từng mây

đó là thuở thơ ta cuồn cuộn
muốn vỡ bờ bút mực hung hăng
như biển cả, thơ bừng chí khí
như gươm thiêng, thơ chuyển sơn hà

thơ đốt nóng những buồng tim trẻ
thơ ươm mầm xanh mạ ruộng khô
thơ như dao cắt đầu bạo lực
thơ tựa tên cắm ngập cường quyền
thơ như thế tưởng chừng không cạn

đó là thuở yêu ta người muốn
giữ đời ta bằng thủy chung ngươi
giữ hồn ta bằng lời mật ngọt
bằng mắt người ngùn ngụt thương yêu
bằng tim người xôn xao nhịp vỗ
bằng ngực người căng khỏe bao dung

đó là thuở ta thành si dại
giam đời mình trong lưới yêu đương
khi tỉnh ngộ, thôi rồi, ta đã
tự giết mình không chút xót thương.

ngỡ mình bóng xế

tóc hết thời xanh tuổi hết dài
hồn ôm bình mực đắng tương lai
Nhã Ca

thuở vào lính ta buồn nát ruột
(buồn còn hơn buổi mới xa người)
nhưng cơm áo chưa hề bận trí
một mình ta nào đã sá chi

mỗi đầu tháng lĩnh lương dăm thước
rượu với chè nghiêng ngả thâu canh
khi say ngất xem đời như cỏ
ta mặc tình chửi rủa loanh quanh

chửi khô họng lăn đùng ra ngủ
(một đôi khi cho chó ăn chè)
sáng tỉnh dậy nhìn bè bạn đủ
vỗ bụng cười, tuyệt nhất hũ be

nhưng có lúc bạc tiền hết nhẵn
đói nằm khèo đọc sách ngâm thơ
túi rỗng không mà lòng no ứ
chữ thánh hiền ăn mãi vẫn dư

ta bất sá mai này sướng khổ
cơm nhà bàn* khi đói vẫn ngon
nước phông ten xem chừng vẫn ngọt
lương tháng sau còn đó, để dành

cuộc sống ấy bây giờ xa lắc
ta nay thành gà quẩn cối xay
hăm tám tuổi ngỡ mình như đã
ngoài sáu mươi bóng xế tuổi già.

---

*cơm tập thể trong trại lính

dỗ con

dỗ con, vuốt tóc, thôi mà
chóng ngoan nín khóc bánh quà ba mua
cuộc đời dấm ớt cay chua
cõi mình đang sống được mùa đói cơm
nhìn kia, tóc mẹ rối bờm
chạy ăn mửa máu trào đờm con ơi
khóc chi khóc ngất nghẹn lời
nghiến răng nguyền rủa đất trời ác ôn.

đến chúc tết nhà đại phú
xấu hổ thấy con tham ăn

nhìn con ngốn miếng chả giò
trong ba đỏ một hỏa lò lửa nung
giận con ba sắp nổi khùng
vuốt ve mẹ dỗ thôi Tùng chóng ngoan
uống ăn từ tốn đường hoàng
đứng đi nghiêm chỉnh họ hàng khỏi khinh
cúi đầu ba gắng nín thinh
nghĩ sâu cũng tại nhà mình thiếu ăn.

Tùng, tên con trai đầu

than hồng trong cổ

suốt tuần đắp đổi quẩn quanh
sáng cơm chiều cháo dưa hành cũng xong
miễn sao có cái lót lòng
mẹ cha nào dám ước mong điều gì
chỉ phiền con khóc như ri
sớm không quà sáng khoai mì bữa trưa
khổ đau đến thế chưa vừa
lão thiên sao nỡ lật lừa nhẫn tâm
chắp tay van vái lời thầm
phải chăng kiếp trước mê lầm, trả vay
hỡi trời cao hỡi đất dày
đọa ta cam chịu đừng đày trẻ thơ.

chạy xe ôm tự thán

cỡi xe ra phố lòng vòng
người khôn của khó đừng hòng giữ thơm
quên mình đổi lấy miếng cơm
nuôi con nuôi vợ cỏ rơm qua ngày
trò đời canh bạc rủi may
mốt mai đại phú ta say lu bù
gẫm sâu cuộc thế hư phù
được thua hung kiết trừ bù lẽ thiên.

khi buồn

khi buồn cong gối chổng khu
chửi cha thiên địa đui mù vô lương
đứa giàu vàng nén đầy rương
no cơm da thịt nõn nường thấy ham
thằng nghèo mặt mũi lam nham
mắm rau kiết đít lòi đam khật khừ.

cũng tựa hồ

gửi phạm bình minh

bây giờ ta sống như mù điếc
đời quẩn quanh giống lũ ngựa què
đời lơ ngơ như người đãng trí
ta bắt đầu tập nói tập nghe

tập nói nhanh những lời gian dối
tập nói giòn những tiếng đãi bôi
tập nói quanh những điều ngay thẳng
tập dịu dàng chót lưỡi đầu môi

bởi cuộc sống như trò hát xiệc
ta đu bay trên sợi chỉ nghèo
bởi cơm áo con đường tội nghiệp
đường chập chùng vách dựng cheo leo

nên mỗi sáng soi gương nhìn kỹ
đời ta nay thật chẳng còn gì
một trái tim mỏi mòn hóa đá
một mảnh hồn nặng trĩu sầu bi

có thương ta, vợ hiền hãy nhớ
giữ giùm ta một chút thực thà
giữ giùm ta một phần tuổi trẻ
tuổi hào hùng chống đỡ phong ba

ta như thế xem như đã chết
chưa ba mươi ngỡ hết một đời
ta như thế xem như dẫu sống
cũng tựa hồ cánh rợp chim dơi.

tình đời

bảy năm trước ta hiền như đất
(hiền còn hơn bụt ở trong chùa)
cơm hai bữa mỗi ngày đúng cữ
ngủ tám giờ ngon giấc tròn đêm

nhưng từ buổi thế thời xoay đảo
ta tập tành xỏ lá ba que
ta quen mồm ăn gian nói dối
ta buồn tình chửi rủa lem nhem

chửi ngoại nhân lũ bè đế quốc
chửi mấy thằng duy vật hung hăng
chửi tuốt luốt thượng tầng lãnh đạo
chửi không tha bọn tốt trở cờ

chửi chiến tranh đánh hoài không mỏi
chửi gian thương khuynh đảo gạo tiền
chửi tham nhũng ăn mòn xứ sở
chửi bạo quyền đè bẹp dân đen

chửi đứa sướng xem tiền như rác
chửi thằng giàu động cỡn dâm ô
chửi cách mạng đấu tranh ấm ớ
chủi tự do dân chủ nửa mùa

chửi tuy hăng thực lòng cũng thẹn
bởi biết đâu mai mốt ta giàu
cơm đủ no bạc tiền dư giả
ta không thành lũ ngợm điêu ngoa?

ta không thành tên hề múa rối
sân khấu đời vẽ mặt bôi vôi
miệng nói thơm lòng đầy giòi bọ
ăn không chừa cọng rác tanh hôi

nghĩ cuộc sống như trò sấp ngửa
khi đói nghèo ngoác mõm nghĩa nhân
lúc giàu sang đóng mồm tựa hến
mặc cha đời thay đổi trắng đen.

gọi vợ con
lên đường về quê nội

bốn giờ lay gọi vợ con
dậy thôi ra đón xe bon miền ngoài
ở đây ăn mắm mút giòi
một hai tháng nữa chết toi cả bầy
ngoài trời đêm tối trùng vây
góc giường con cố ngủ đầy giấc ngon
vợ buồn mặt mũi héo hon
soi gượng lặng lẽ thoa son chải đầu

ta ngồi ngắm vợ, sờ râu
mai đây cách biệt chắc sầu kinh niên
phải chi dư giả bạc tiền
vợ chồng con cái cảnh tiên sống đời
điên gì mỗi kẻ một nơi
tháng năm ngút mắt trông vời bóng tăm
trời già những muốn chơi khăm
đày ta sống mãi tháng năm nhọc nhằn.

chết trong ta

bạn thân bốn vách tường vàng
một gian bếp trống tro tàn khói im
ngoài trời hoan lạc tiếng chim
chết trong ta một trái tim cỗi cằn.

đưa vợ con ra phi trường

lên xe trời đất mù mờ
đèn cao dọc lộ soi hờ nhựa đen
co người trong chiếc áo len
con chưa đẫy giấc cằn nhằn khó thương
này con cõi sống vô thường
tập cho quen những đoạn trường bể dâu
sơ sinh đến kẻ bạc đầu
mấy ai không khỏi qua cầu biến thiên?

khuyên vợ lúc chia tay

thôi em đi nhé anh về
bụng mang dạ chửa nặng nề chớ khinh
dẫu cơ cực, gắng giữ mình
đói no mệnh số nhục vinh cơ trời
cuộc mình con nước đầy vơi
chỉ mong con trẻ vui chơi tháng ngày.

thiên đường đã lỡ

vẫn biết áo cơm nhân danh quyền thế
cũng phải tập tành xuôi ngược bon chen
nuốt tủi nhục nở môi cười giả lả
bịt mắt bưng tai câm điếc cúi đầu

vì cuộc sống phải đo bằng kích thước
của đắng cay trải suốt phận người
vì cay đắng cũng tràn đầy như thể
mỗi bát cơm dù chỉ tương rau

khi lớn khôn cũng là giờ hạ huyệt
tuổi ấu thời xanh mướt mộng bình yên
buổi vào đời cũng là ngày chôn lấp
cõi thiên đường xanh mướt thanh xuân

ngày tháng vần xoay sáng trưa chiều tối
biết vợ thiếu ăn hiểu con thiếu sữa
trong tấm gương lem xác hồn tàn tạ
hạnh phúc hồng không cánh cũng bay xa

nên đời sống dẫu mịt mùng bão nổi
và lương tâm tuy chưa lấm bụi trần
và trí não tuy chưa từng ti tiện
ta bây giờ vẫn tự hủy chính ta

ta giết ta, ừ thôi, vĩnh biệt
này mắt xanh môi thắm má hồng
này tình ái thơm lừng hương mật
cũng cầm bằng nước lũ lìa sông

nước lũ xa sông dẫn đời ra biển
biển hung hăng sóng dữ bạo cuồng
biển muôn thuở chứa trăm mầm bội phản
nào sá gì ta phận mỏng loài rong?

nghĩ cảnh nhà, muốn khóc

mẹ hiền một nắm xương
mười ba năm đất lạ
mồ vắng lạnh khói hương
ôi nấm đất bên đường

cha già tóc điểm sương
áo cơm đàn con dại
hận trời già vô lương
tạo chi cảnh đoạn trường

em trai chán sách đèn
dại khờ đâu đã biết
đời sôi sục đua chen
rồi ra cũng thân hèn

ta nhà dột vách xiêu
con thuốc thang chầy tháng
vợ má hóp da sần
xót nhà lại xót thân

thân đã chẳng ra gì
cảnh nhà thêm lắm nỗi
nằm tính quẩn lo quanh
ruột gan như chỉ rối.

ta

nhìn người rồi lại nhìn ta
kinh luân cũng giống con nhà như ai
riêng thân cũng đủ đức tài
mà sao định mệnh an bài hẩm hiu?

rằm

nhanh chưa đã đến ngày rằm
đốt hương khấn vái hỏi thăm đất trời
bềnh bồng mây bạc non khơi
biết đâu bến đỗ yên đời phong ba
lạy xin khắp cõi ta bà
linh thiêng xóa hết trầm kha bụi trần.

được tin vợ con về
đến quê nhà bình yên

ba hôm từ bữa vợ đi
lòng ta có một chút gì nóng ran
vợ đang dạ chửa bụng mang
con thơ đau ốm thở than chầy ngày
non nghìn cây số đường bay
làm sao đoán được rủi may đoạn trường
sáng nay gặp bạn dọc đường
đưa tin, chị đã bình thường đến nơi
chấp tay cảm tạ ơn trời
sầu lo thôi nhé rụng rơi phút này.

sợ con hư

ở quê nội ngoại cưng chìu
uống ăn đi đứng nâng niu mọi bề
vài ba tháng nữa con về
ba e giấy đã sổ lề nhăn nheo
này em dẫu thật đói nghèo
thương con đừng để con trèo khỏi vai
lớn khôn tuy đủ trí tài
mất tiêu nhân cách là mai một đời
ở đây đôi lúc nặng lời
đánh con anh cũng rã rời tứ chi
con đau nào có sướng gì
buốt tim nhưng nghĩ cũng vì thương con
đời ta đã lỡ cùn mòn
thương con sao nỡ để con hỏng đời.

đối diện

tối hôm qua con vừa lên cơn sốt
mắt đỏ đứng tròng tái xám môi khô
mẹ đã quắc quay chạy cầm nhẫn cưới
(vốn liếng cuối cùng) thang thuốc cho con
nhìn ngón tay trơn chưa mờ dấu ấn
ba quay đi ngăn ngấn lệ lưng tròng
(ôi những ngón tay ngày xưa thon mượt
những ngón tay mũm mĩm trắng hồng
sao bây giờ chằng chịt gân xanh
sao bây giờ cùn mằn chai cứng
sao bây giờ năm nhánh xương khô?)

và sáng nay trên đường đến sở
cũng chuyến xe trên lộ trình cố định
ba phải trả những năm mươi đồng
năm mươi đồng nhân bốn lần đi về hai buổi
con hãy làm một con tính hộ ba
thử xem với số lương còi cọc hiện giờ
ba làm sao có thể chia đều
cho bốn tuần lê thê mỗi tháng
cho bốn tuần phải uống phải ăn
dù không cà phê thuốc lá bánh trà

khi sáng nay báo chí vừa đăng
gạo sữa đường nhu yếu phẩm đang tăng
khi mẹ con mỗi ngày ra chợ
chỉ để mang về những bó rau xanh
ôi những bó rau nhiều khi không tiền mua nổi
chả trách gì con bệnh tật ốm đau
chả trách gì mẹ xanh xao gầy rạc

thuở yêu nhau anh vẫn cười ngạo mạn
cuộc đời rồi sẽ nằm dưới chân ta
sẽ như những tờ thư trao đổi mỗi ngày
những trang sách hồng xưng tụng tuổi hai mươi
những bài thơ xanh đắm đuối nồng nàn
tình muôn thuở nên suốt đời vẫn mới
môi đam mê nên vẫn nụ hôn đầu*

nhưng sự thật đã làm ta vỡ mặt
sự thật là cơm áo khó khăn
là ốm đau nghèo khốn
là tháng ngày tăm tối điêu linh
là anh em con cái nhọc nhằn
treo đời sống trên chỉ đời tơ mỏng
ôi sự thật, sự thật kìa, có thấy
tủi nhục này mục rã một đời khô.

---

*Thơ du tử lê

thôi đã hết
thuở yên bình xưa cũ

anh phải sống nốt quãng đời cơ cực
một quãng đời mang nặng nỗi sầu tư
ngày ngẩng mặt nhìn quẩn quanh muốn khóc
đêm ôm đầu đau ngất nỗi tình riêng

đời sống đó lao đao bờ vực thẳm
chân lạc loài xiêu dạt cõi mù không
tay quá nhỏ không ôm tròn tủi cực
nên tháng ngày như độc chất cường toan

anh phải sống, sống như là tự hủy
giết đời mình bằng cơm áo ô danh
anh phải sống, sống như là sống gượng
nghe lụn tàn hơi thở nghẹn bi thương

thôi đã hết thuở yên bình xưa cũ
thuở yêu nhau tình cháy bỏng nồng nàn
thuở ngạo mạn trên lưng đời uy dũng
mộng vá trời mộng xẻ đất dọc ngang

bởi trăm nhánh huyết cuồng nay đã nguội
anh bây giờ trong ngục tối đời đau
ôm tủi nhục nghe già nua kéo tới
xuân xanh ơi xin trả lại cho đời.

thương con
hận trào nước mắt

không biết mai này khi con lớn khôn
cuộc sống con sướng khổ thế nào
riêng ba bây giờ sinh kế lao đao
miếng sáng chưa no miếng chiều rối ruột
nhiều khi mỏi mệt rã rời
nhiều khi tủi trào nước mắt

nhìn hai bàn tay
cũng thư sinh thập bút
soi mặt vào gương
cũng trắng da dài tóc hào hoa
khi ra đường cũng quần áo bảnh bao
cũng cười nói tự tin
ai biết đâu sau bốn vách tường nhà
vợ nhìn chồng héo ruột bầm gan
con nhìn cha mặt mày lơ láo
hai bữa lót lòng dưa mắm khô khan

ba nào muốn con đói ăn thèm uống
thèm từ miếng chanh chua đến viên kẹo ngọt
thèm từ mẩu mì khô đến lát chả giò
có đôi lúc ba tưởng chừng loạn trí
khi nghe con gào khóc đòi quà
(những món quà không hơn chục bạc
những món quà thua cặn bã giàu sang!)

muốn nguyền rủa trời nhưng trời ở quá xa
muốn van xin đất nhưng đất trơ lì
muốn khóc ngon mà lệ hồ đã cạn
con thơ ơi có nói cũng không cùng.

khuyên con

khi lớn khôn hãy nhớ lời ba dặn
không phải cuộc đời là chốn rong chơi
lúc xuân xanh luôn nghĩ mình rồi cũng
trăm tuổi già sẽ chất nặng vai so
khi giàu sang hãy ví mình có thể
sẽ nhọc nhằn khốn khó mai sau
nên mỗi phút mỗi giờ qua phải nhớ

bãi chiến đời chưa tàn cuộc phân tranh
giữa binh đao một đôi lần ngã ngựa
một đôi lần ôm thất bại chua cay
nhưng hãy tự vỗ về ta, kiên nhẫn
chiến thắng sau cùng chắc hẳn vinh quang
bởi hy vọng đỉnh cờ cao ngạo nghễ
vẫn đời đời là quyến rũ không nguôi
bởi hạnh phúc chất hương nồng lan tỏa
vẫn nghìn năm dâng kín ngập đất trời

này con yêu, yên cương kìa, đã sẵn
cuối trời xa đêm tối đã tan nhòa
hãy ngẩng mặt hãy nhìn cao ngạo nghễ
tương lai hồng chói lọi một vầng dương.

bụi hồng

bạn ta, mần miếng đưa cay
chơi thêm xị nữa chưa say đâu mà
thế thời điên đảo phong ba
khi lên ngất ngọn khi sà đáy sâu
khi vui đốt cháy cuộc sầu
khi buồn gục mặt tóc râu bơ phờ
may còn bầu rượu túi thơ
tập quên tập xóa cuộc cờ nhân gian
hãy xem những trận cơ hàn
là con trốt nhỏ giữa ngàn bão dông
nước còn xa cội lìa sông
sá chi ta hạt bụi hồng nhỏ nhoi

mục lục

đã in:

- **Nhà Văn & Tác Phẩm**, cùng 7 tác giả khác, thơ, truyện, *Thế Giới Lưu Vong* 1987.
- **Đoản Thi Khánh Trường**, thơ, *Sống Mới* 1987.
- **Có Yêu Em Không?**, tập truyện, *Tân Thư* 1987. Tái bản 1989.
- **Chỗ Tiếp Giáp Với Cánh Đồng**, tập truyện, *Tân Thư* 1989.
- **Chung Cuộc**, tập truyện, *Tân Thư* 1992.
- **Nude Oil Painting**, 40 tranh khỏa thân đen trắng, *Tân Thư* 1992.
- **20 Năm Văn Học Việt Nam Hải Ngoại 1975- 1995**, cùng Cao Xuân Huy, Trương Đình Luân - 2.000 trang, khổ 6x9 ins, *Đại Nam* 1995.
- **Truyện Ngắn Khánh Trường**, *Nhân Ảnh* 2016.
- **Khánh Trường Oil Painting**, 150 tranh sơn dầu màu, *Nhân Ảnh* 2017.
- **44 Năm Văn Học Việt Nam Hải Ngoại (1975-2018)**, cùng Nguyễn Vy Khanh, Luân Hoán - 5.000 trang, khổ 6x9 ins., *Mở Nguồn* 2018.
- **Chuyện Bao Đồng**, tạp bút, *Mở Nguồn* 2018.
- **Tịch Dương**, tiểu thuyết, *Mở Nguồn* 2019.
- **Dấu Khói Tàn Tro**, tiểu thuyết, *Mở Nguồn* 2020
- **Bãi Sậy Chân Cầu**, tiểu thuyết, *Mở Nguồn* 2020
- **Có Kẻ Cuồng Điên Khóc**, tiểu thuyết, *Mở Nguồn* 2020
- **Xuyên Giấc Chiêm Bao**, tiểu thuyết, *Mở Nguồn* 2021
- **Đừng Theo Dông Bão**, truyện vừa, *Mở Nguồn* 2021
- **Nắng Qua Đèo**, tiểu thuyết, *Mở Nguồn* 2021
- **Năm Tháng Buồn Thiu**, *Mở Nguồn* 2023
- **Xé Mây May Áo Cho Người**, ký sự tiểu thuyết, *Mở Nguồn* 2024
- ***Thơ* Khánh Trường**, *Mở Nguồn* 2024

Lê Hân
Email: han.le359@gmail.com
&
Fb Lê Hân (nhắn tin)

*

Khánh Trường
Email: khtruong07@gmail.com
&
Fb khanh trường (nhắn tin)

www.ingramcontent.com/pod-product-compliance
Lightning Source LLC
LaVergne TN
LVHW082033051026
849532LV00011B/3343